பேரன்பு பெருமழை

தமிழ் கவிதைகள் தொகுப்பு

கல்பனா சன்யாசி

Ukiyoto Publishing

All global publishing rights are held by

Ukiyoto Publishing

Published in 2022

ISBN 9789357149082

www.ukiyoto.com

Dedication

To my mom
And
Ukiyoto Publishing

CONTENTS

கடற்கரை .

கடற்கரை மேல்
பிரியம் கொள்ளாத
மனிதர் கிடையாது.

அப்படி
பிரியம் கொள்ளாதார்
மனிதரே கிடையாது.

அதென்னவோ
அந்த அலைகடல் மேல்
ஒரு
அலாதிக் காதல் அனைவருக்கும்.

சனி ஞாயிறு மட்டும்
கிளிஞ்சல் சேகரிக்க
கரையோரம் காணக் கிடைப்பாள்
அந்த சின்னச் சிறுமி.

அவள் வாராத வார நட்களில்
அவளை எண்ணி
வருந்திக் கிடக்கும் கடல்.

அந்த இளைய காதலர்கள்
இன்புற்றிருக்க
இருக்கை செய்துவைக்கும் ஈர மணல்.

அவளின் அலைபாயும் விழிகளோடு
போட்டியிட்டு தோற்க

சம்மதித்து வீசும் அலை.

முத்தண்ணா அளந்து ஊற்றும்
பாலைப் போல் பூமியிலும்
முக்கால் பங்கு நீர்.
கடல் என்பதே அதன் பேர்.

அலைக்கென்ன கரைமேல்
அப்படி ஒரு காதல்?

யுகம் யுகமாய் தழுவியும்
தீராத ஆவல்?

சீறிப் பாயும் சிறுத்தைப் போல
வேகமாய் விரைந்து வந்த
அந்த வெள்ளலை,
கரையை எட்டியதும்
சாந்த ஸ்வரூபியாகி
சமத்தாய் திரும்பிவிடும்
அன்பென்னும் பாடம் சொல்லி.

உயரே எழும்பி
உற்சாகமாய் வீசும் வெள்ளலை.

கரையின்
காலைத் தொட்டு விழுந்ததும்
காணவில்லை அதன் துள்ளலை.

அந்தக் கரிக்கிற உப்புக்காற்றின் கைவசம்
எத்தனை வித்தைகள்?

கண்ணுக்கு விருந்து.

காயம்பட்ட மனசுக்கு மருந்து.

தோலையும் ஆளையும்
சுகமாய் வைக்கும் இலவச மருத்துவர்.

சோர்வுற்ற உடலை தூசுதட்டி எழுப்பி
ஆற்றலை அள்ளி வீசும்
உற்சாக நண்பன்.

அழுந்திக் கிடக்கும் இதயத்தை
எழுந்து நடக்கச் செய்யாதோ
அந்த அலைகளின் ஓசை?

கடற்கரை....

சுமை சுமந்து சோர்ந்தவர்க்கு
சுகங்களை சுட்டிக்காட்டும்
இயற்கை இறைவன்.

நுரையீரல் இடுக்குகளில்
நுழைந்து நிரம்பும் கடற்காற்று
சற்றே கரிக்கும்.

அதுவே நம் ஆயுளை
அதிகரிக்கும்.

கொள்ளை அழகோடு
வெள்ளை மணல் படுக்கை.

சுகமாக கண்ணுறங்க
அதை மிஞ்ச ஏது மெத்தை?

காலைக் கடற்கரை
கடகடவென கடந்துவிடும்.

மாலைக் கடற்கரை மெல்ல
மதியை மயங்க வைக்கும்.

மணல்வெளியில் கால் நடந்தால்
காலுக்கு ஆரோக்கியம்.
காதல் நடந்தால் கவிதை நிச்சயம்.

எடை இழக்க நடப்போர்க்கும்
துயர் இழக்க நடப்போர்க்கும்
கடற்கரைதானே
கரையாத நம்பிக்கை?
குறையாத உத்வேகம்?

காலையில் சூரியன்
மாலையில் நிலவு
கடலோடு ஒப்பந்தம் போடும்.
கண்டதும் நம் துன்பம் ஓடும்.

அலைகள்...

வலிகள் மேல் வருடிக் கொடுக்கும்.
கவலைகள் மேல் கரிசனம் காட்டும்.
காயங்களை ஆறச் செய்யும்.
துயரங்களை துடைத்தெடுக்கும்.

கடற்கரை இல்லையெனில்
தொலைந்தான் மனிதன்
காப்பாற்ற யாருமின்றி.

காதலின் ஆரம்பங்களுக்கும்
அஸ்தியின் அந்திமத்திற்கும்
கடலே சாட்சி.

குழந்தைகள் விளையாடும்
குதூகல மைதானம்.

இளம்
சிட்டுக்கள் சிறகடிக்கும்
இயற்கை சரணாலயம்.

இதய
மொட்டுக்கள் இதழ் விரியும்
ஈரத்தோட்டம்.

மணல் –
கோட்டை கொத்தளம் கொண்ட
சிறுவர்கள் ராஜாங்கம்.

மனக்
கோட்டைக்கு அடித்தளம் போடும்
கனவு சாம்டாஜ்யம்.

கடற்கரை...

சர்க்கரை நோய்க்கு
ஒரு 'நடைமுறை' தீர்வு.

சாகாமல் வாழ்வோர்க்கு
சாசுவத சார்பு.

நீரிழிவுக்காரர்களுக்கு நீல மருந்து.

பேரழிவின் போது
பித்தேறிய பிசாசு.

இணையுடன் வருபவர்க்கு
இன்ப ஊற்று.

துணையைத் தொலைத்தவர்க்கு
துன்ப காற்று.

தனிமையில் அழுபவருக்கு
தலைகோதும் தாய்.

உழைப்பில் உழல்பவர்க்கு
புத்துணர்ச்சி ஓய்வு.

குடும்பத்துடன் வந்தாலோ
கோலாகலத் திருவிழா.

வேற்று ஊர்க்காரருக்கு
வித்தியாச அனுபவம்.

உள்ளூர்க்காரர்களுக்கு
பழகிய பரவசம்.

உள்ளம் நொடித்தால்
உரமேற்றும் உப்புக் காற்று.

வெள்ளம் வெடித்தாலோ
உலகையே உறிஞ்சிவிடும்
ஊழித் தாகம்.

அழகாய் யோசிக்க ஆழியலை போதாதா?
அன்பை யாசிக்க அதன் சாட்சி போதாதா?

கவியரங்கு கருத்தரங்கு
களைகட்டும் மேடை.

பசித்த மனப்பற்கள்
மெல்லும் நீல சீடை.

தூரத்தில் மிதக்கும்
கப்பலும் படகும்
கண்ணுக்குத் தெரிந்தால்
கண்ணாடி தேவையில்லை.

காலை
அலை தழுவ இடங்கொடுத்து
ஆதரவாய் அண்டி நின்றால்
மனப் புண்ணுக்கு ஒரு மருந்து
வேறேதும் தேவையில்லை.

கரிக்கும் காற்றில்
கவலைகளை கரைத்துவிட்டு
இனிக்கும் நினைவுகளை
இதயங்களில் சேகரித்தால்
வாழ்க்கை நிறையாதா?
வசந்தம் வழியாதா?

கடற்கரை...

நாடி வந்தவரின் நன்னெஞ்சில்
நம்பிக்கை விதைக்கும்
நீல விவசாயி.

தேடி வந்தவர் திகைத்துவிட
புதையல்கள் பதுக்கிய
ஆழி வியாபாரி.

கப்பலோடும் கடலிப்போ குப்பைமேடு.
படகாடும் ஆழியிப்போ பிளாஸ்டிக் காடு

ஆலைகளின் கழிவு சேரும்
அழுக்கு சாக்கடை.

அலையோரம் வசிப்பவரின்
அவசரக் கழிவறை.

மீனவர் உயிர்குடிக்கும்
துப்பாக்கி தோட்டா.

மீன் என்னும் குலம் கெடுக்கும்
மாசடைந்த உணவு.

அமைதிப் புறாக்களின்
ஆனந்த சிறகொடிக்கும்
ராணுவத் தளவாடம்.

அறிவோடு சேர்த்து
ஆயுளையும் அழித்து தின்னும்
போதை வஸ்துகளின்
வியாபாரக் கூடாரம்.

மீன் பிடிக்கச் செல்லும்
மீனவர் உரிமையை
கேலிக் கூத்தாக்கும்

எல்லை தாண்டிய பிரச்சனை!

எனது உனது
உனது எனது என
அலைகளின் தலையிலும்
தேசங்களின் பெயர்.

அதற்கான யுத்த பலி
லட்சம் லட்சம் உயிர்.

அலையின் ஓசையில்
அழுக்கின் அபஸ்வரம்.

கடலின் வயிற்றில்
கண்டதை உண்ட அஜீரணம்.

கொத்து கொத்தாக
செத்து மடிகின்றன
கடல்வாழ் உயிரிகள்.

கெட்டது கடல்
சுட்டது சூழல்.

வானவில்லுக்கு மட்டுமில்லை
வண்ணங்கள்.

மஞ்சள் வெள்ளை என
கடலுக்கும் உண்டாம்
கண்கவர் நிறங்கள்.

அட,
மனிதர் மத்தியிலேயே

நிறப்பிரிகை நிகழ்கையில்
கடலின் வண்ணங்களா
அதிசய விஷயம்?

சிலிகா வெளியில்
ஒரு சிங்கார சிற்பம் – அவள்.

சிலிர்க்க வைக்கும் ஈரக் காற்றில்
ஒரு சித்தன்ன வாசல் – அவள்.

அலையின் கரையில் ஒரு
மன்மதன் வாரிசு – அவன்.

அளவாய் சிரிப்பவன
அவளுக்குப் பிடித்தவன் – அவன்.

அவனையும் அவளையும்
அலைக்கழித்து ரசிக்கும்
கடற்கரைப் பிரதேசம்.

அந்த இருவரையும் இணைக்கும்
ஈரப்பாலம் ஈர்ப்பு ஜாலம் –
கடல்!

வாழ்வின் சுவை தேடி
வருகிறவர் கோடி.

வாழ்வின் இறுதி தேடி
வருகிறவர் கோடி.

அலைக்கரங்கள் நீட்டி
அனையவரையும் அணைக்கிறது

கடல்.

முடிவைத் தேடி
மூழ்க வந்தவரே

கொஞ்சம்
கண்ணைத் திறந்து
கடலைப் பார்க்க வேண்டாம்.

மனதைத் திறந்து
அந்த சிறுமகளைப் பாருங்கள்.

அலையவள் மணல் வீட்டை
அழித்துச் சிரித்தது
எத்தனை முறை தெரியுமா?

திரும்பத் திரும்பக் கட்டி
அவள்
கடலையே ஜெயிக்கிறாள்
புரியுதா?

சாவது சுலபம்
அது கோழையின் தெரிவு.

வாழ்வது சிரமம்தான்.
ஆனால் வாழ்வதே வெற்றி.

******

பாடகன்

ஸ... ரி.... க... ம... ப... த.... நீ...
எனக்குத் தெரியாது.

மொழியில் புலமையும்
நான் அறியாதது.

உன் குரல்வழி பயணித்தே
வளர்ந்தது எம் இசை ஞானம்.

அட,
வாழ்வின் ஞானமே
உன் ஆலாபனைக்கல்லவா அர்ப்பணம்?

அன்னையின் தாலாட்டு.
குழந்தை
உறங்க்கிடும் அது கேட்டு.

அதுபோல உன் பாட்டு.
மனம்
கிறங்கிடும் அது கேட்டு.

இளமை சதிராட
உன் சுதியே ஜதியாச்சு.

இதயம் துண்டானால்
உன் ஸ்வரமே கதியாச்சு.

இனிமை தாகங்கள்.

அதற்குன்
இசையே கார் மேகங்கள்.

தனிமை சோகங்கள்
துணை உன் ராகங்கள்.

மயக்கும் பொன் அந்தி மாலை
உடன்
ஒலிக்கும் உன் கீத மாலை.

தகிக்கும் ராத்திரி பொழுதுகள்.
அனல்
தணிக்கும் உன் பாட்டின் பாவங்கள்.

இன்று]
நீயின்றி இளைய நிலா
தேயுதே தெரியுமா?

உன் பிரிவின் வலியிலே
தேம்புதே தெரியுமா?

உன் குரல் மழையில் நனையத்தான்
கடவுள் உனை அழைத்தாரோ?

உன் பொருட்டு உலகமெலாம்
மாமழை மழைத்ததுவோ?

உன் குரல்
சர்க்கரையில் செய்ததுவோ?
கருப்பட்டி கலந்ததுவோ?

அது எங்கள்

ஆனந்த விருந்தாச்சு.
சமயத்தில் மருந்தாச்சு.

நிகரிலா உன் வாழ்வுக்கு
நிகழலாம் மரணம்.

எம்
செவி தொட்ட மனம் தொட்ட
உன் பாடலுக்கேது
கடைசி சரணம்?

பாட்டிடையில் நீ சிரித்தாய்
வாழ்வின் துயர் மறந்து
யாம் சிரித்தோம்.

சில சமயம் பாடினாய் – அழுதபடி.
அது கேட்டோம் கண்ணீரால் – தொழுதபடி.

பல சமயம் உன் பாட்டு
பருவத்தின் பூங்காற்று.
எம் செவியின் தேனூற்று.

இன்று
நீயில்லை என நினைக்கையில்
நெஞ்சம் பதறுதே.

உன் பாட்டை கேட்டபடி
உடைபட்டு கதறுதே.

பாடகர் பலருண்டு
உன் போல் யாருண்டு?

ஈர்த்த காந்தம் உன் குரல்
ஜொலித்த தங்கம் அது குணம்.

கரும்பின் ருசி குரலில்.
எறும்பின் ரகம் நீ உழைப்பில்.

மூச்சுவிடாமல் பாடிய
பழுத்த பாடகரே
உலகமெலாம் ஒலிக்குதே
உன் பாட்டுத் திறமை.

மொழிகளைக் கடந்த
ஒற்றுமையின் ஒலியே

இன்னிசை வேந்தன் நீ
இந் நாட்டின் பெருமை.

உன் விலாசம் தேடி
வரிசைகட்டி வந்தன
வெள்ளமென விருதுகள்.

அவற்றின் எடை உன்
தலைக்கேறாமல்
இசைக்காக இசைத்தாய் நீ
இயல்பாக!

பாடலாம் சிலர்
உனை விடவும் இனிதாய்.
வாழுதல் இயலுமோ
உனைவிடவும் பெரிதாய்?

சங்கீத மேகங்கள் உன் அடிமை

உன் சாகாத பாட்டுக்கு
நாங்கள் அடிமை.

இளமையில் துள்ளி
முதுமையில் நெகிழ்ந்து
எம் முழுவாழ்வும்
எம்மோடு வாழ்ந்த
நண்பன் உன் பாடல்.

ஓசை உள்ள காலம் வரை
உன் பாடல்
ஒலித்திருக்கும் ஜொலித்திருக்கும்

எங்கள் மூச்சு உள்ளவரை
துணையிருக்கும் தொடர்ந்திருக்கும்.

மரணமற்ற உன் சங்கீதம்
கடைசி
சரணமற்ற தொடர் பாடல்.

உன் பாடல்
பள்ளிக்கூடத் தோழன்.

உன் பாடல்
பள்ளியறைத் துணை.

சுகமான சுவை
சொர்க்கத்தின் வாசல்.

நலிகையில் நம்பிக்கை
அழுகையில் கைக்குட்டை

எம்முடன்
ஆரோகணமாக ஏறி
இடர் பொழுதில்
அவரோகணமாக இறங்கி....

உணர்வுடன் புணர்ந்துவிட்ட
உயிர்த் துளி.
உயர் இசை நீ.

உல்லாசம் உற்சாகம்
சல்லாபம் சரசம்
எல்லாம் நீ பாடிவிட்டாய்.

மண்ணை விட்டுப் பிரிந்தாலும்
என்னை விட்டு அகலாத
பண்ணையும் நீ பாடி வைத்தாய்.

கனவு வீதிகளில்
உடன் நடந்த நட்புக் குரலே

இதய அறைகளில்
இடமின்றி நிறைந்த இசையே
எம் உத்வேக விசையே

நின்றுவிட்டது உன் மூச்சு.
ரெண்டுபட்டது எம் நெஞ்சம்
நிஜமாக நீ இனி இல்லையா?
விண் சென்ற குயிலே சொல்லய்யா?

இறைவா உனக்கு
இசைப்பசி எடுத்ததா?
எம் தோட்டக் குயிலை

துணைக்கழைத்துக் கொண்டாய்?

கடவுளே உனக்கும்
கஷ்டம் ஏதும் இருக்கிறதோ?

ஆறுதல் அது வேண்டி
அழைத்துக்கொண்டாய்
எங்கள் ஆஸ்தானப் பாடகரை?

கற்கண்டு தொண்டைக்காரரே
தேனுண்ட பாட்டுக்காரரே

கள்ளுண்ட வண்டு என
எமை செய்த வித்தகரே

எங்களின் ஆசிரியரே

ஆமாம்,
எங்களின் ஆசிரியரும்
நீங்களே.

உம்மிடம்
பண்ணோடு நாங்கள்
பண்பையும் கற்றோம்.

அளவிலா அளவிலா
அன்பையும் கற்றோம்.

பணிவையும் கற்றோம்
எளிமையும் கற்றோம்.
உழைப்பின்
வலிமையும் கற்றோம்.

உம் குரல் கேட்க
பெரும் பேறு பெற்றோம்.

உன்னதா!
குரல் மன்மதா!

மரணத்தைக் கைகாட்டி
இம் மண்விட்டுப் போவதா?

விட மாட்டோம்.
விடவே மாட்டோம்.

உங்கள் குரலைப் பற்றிக்கொண்டே
வாழ்க்கையை வாழ்ந்துவிடுவோம்.

இசை
வேட்கையை தீர்த்துக்கொள்வோம்.

நீங்கள்
சொர்க்கத்தில் பொழியுமிசை
மண்ணில்
மழையாய் வழியுமல்லோ?

அதுபோதும் எம் ஜீவன்
ஆனந்திக்கும்! ஆராதிக்கும்!

இதமான சுகமான உம் பாட்டை
சுகித்திருப்போம் களித்திருப்போம்.

அன்றைக்கும் இன்றைக்கும்
என்றென்றைக்கும்.

******

பௌர்ணமி

நிலா குளிக்கிறது
நனையாமலே.

மின்னும் சோப்பு நுரை
கடலோரமே.

கண்விழித்து கருங்கடல்
தண்ணிலவில் மயங்குது.

கும்மிருட்டு வெளியது
நிலா ஒளிபட்டு வெளுக்குது.

கடலுக்கும் நிலவுக்கும்
காலமெல்லாம் தொடர்ந்திருக்கும்
காதலுக்கு பௌர்ணமிதான் உச்சமா?

மாசத்துக்கு ஒருமுறையே
அரங்கேறும் முத்தமா?

மணல்வெளியில் காதலன்
வான் நிலவை கைகாட்ட

சுட்டப்பட்ட முழு நிலவால்
கொட்டப்பட்ட பால் ஒளியில்
வெட்கப்பட்டு காதலிதான்
கைபூட்டைப் போட்டு பூ மறைத்தாள்.

விடுவானா காதலன்?
விரல்களே சாவி என்று
முத்துப்பரல்களை முத்தமிட்டான்.

அவள் மாரணிந்த மாலைமுத்து
காதல் பூ பூத்ததுவே?
கடற்கரை மணத்ததுவே!

முழு நிலா கடலிடம்
என்னதான் பேசியதோ?

முழுசாக விழுங்கிவிட
ஆசைப்பட்ட பேரலைகள்
ஆகாயத்தை தொடுகிறதே,
பூ மேகத்தை நனைக்கிறதே!

'மறுமுறை முழுசாய் நான்
வரும்வரை வைத்துக்கொள்'

ஒளி முத்தங்களை கடலுக்கு

தாரளமாகத் தருகிறது தண்ணிலா.

சேகரித்து வைத்திருந்த
முப்பது நாள் மோகத்தினை
அனுபவித்துக் களிக்கிறது
ஆர்ப்பரிக்கும் ஆழியலை.

வெள்ளை நுரைப் பூக்கள்
கொள்ளை அழகோடு.
கரைக்கு ஜரிகை நெய்ய....

அவளின் கொலுசணிந்த பாதங்கள்
அந்த வெண்பட்டைத் தொட்டுரச...
அந்த காதலன் கண்களிலே
நூறு லட்சம் விண்மீன்கள்.

அட,
அங்கு மட்டும்தான் விண்மீனா
இந்தப் பௌர்ணமி ராத்திரியில்?

விடுமுறைக்கு சென்றுளதா
விண்பள்ளி மாணவர்கள்?
அந்த வெண்புள்ளிக் கோலங்கள்?

ஆயிரம் ஒளி வருஷம்

அப்பால் இருக்கிறதாம்
தேயாத விண்மீன்கள்.
அறிவியல் அறிவிக்கிறது.

தேய்கிற நிலாச் சமயம்
கண்சிமிட்டி நம்மோடு அவை
கைகுலுக்கும் ரா வேளை
இடை கிடக்கும் ஒளி வருஷம்
என்னச்சோ... ஏதாச்சோ....

மேகங்கள் கொஞ்சும்
முழு நிலா வானம்
தாகங்கள் தீர்க்க
உப்பு நீர் சப்புகிறதே
கரிக்காதோ?

அட,
காதலியின் வேர்வை
கரித்தாலும் இனிக்காதோ?

மற்ற நாளில் மௌனம் காக்கும்
சிற்றலையும் பேரலையும்
அந்த
ஒற்றை நாள் பௌர்ணமியில்
உரசித் தள்ளுதே

ஒளி நிலவின் முழு முகத்தை?

ஓஹோ
விண்மீன்கள் பார்க்குதே எனும்
வெட்கமோ கடலுக்கு?

வான் மீனை நிலா தின்ன
வானுயர அலை துள்ள
கிறங்கடிக்கும் பேரழகு
மறக்கடிக்கும் மனத் துயரம்.

ராத்திரிகள் இருட்டு...

யார் சொன்னார் அப்படி
கேட்கிறது முழு நிலவு.

ராத்திரிகள் ரகசியம்...

அவசரமாய் மறுக்கிறது
ஆர்ப்பரிக்கும் ஆழி.

ராத்திரிகள் திருட்டு...

இது அதையும்
அது இதையும்

திருடிக்கொள்ளும் திரு நாளில்
நிலவும் கடலும் அளிக்கிறது
ஒப்புதல் வாக்குமூலம்.

அவனுக்கு இவளையும்
இவனுக்கு அவளையும்
கொஞ்சம்
அதிகம் பிடிக்கிறது
அந்த ஒரு ஒளி நாளில்.

நிலவுக்கு தாகமெடுக்க
கடலைக் குடிக்கிறது.

கடலுக்கு மோகமெடுக்க
நிலவை முட்டுகிறது.

ஒளிக்கரம் நீட்டி நிலா
அலையின் தலையை
அழகாய் கோதும்.

கடலின் அலையோ
காதல் வேதத்தை
சப்தமிட்டு ஓதும்.

கடல் குழந்தை அழுகிறதோ

நிலா வந்து பாலூட்ட?

அலைக்கைகள் நீட்டி கடல்
அணைக்கிறதோ அம்மாவை?

அண்ணாந்து பார்க்கின்றன
ஆழியின் அலைக்கண்கள்

குனிந்து கவிழ்கின்றன
அந்த நிலவின் ஒளிக்கதிர்கள்.

இடை கிடக்கும் உயரம்
தடை விதிப்பதில்லை
இரண்டிற்கும் இடை நடக்கும்
காதல் பரிவர்த்தனைகளை.

மானுடக் காதலோ
வர்க்கங்கள் தர்க்கங்களால்
பிளவுபட்டு சிதறுண்டு

ஆழியின் கீழ் ஜாதியும்
வான் மதியின் மேல் ஜாதியும்
இலகுவாக இணைகிறதே

மனிதர்கள் மத்தியில் மட்டும்

ஜாதிகள் பிரிவினைக்குதான்.

உணவில் கூட கலப்படம்
ஒத்துக்கொள்ளப் படும் போல.

உணர்வுகள் இணைவதை
உடைத்து தகர்க்கிறதே
மரபென்னும் தடைக்கல்?

நதி நீர் கூட இணைந்துவிடும்.
ஜாதிகள் இணைவதில்லை

இரவு நிலா ஈரக் கடல்
இரண்டும் கூடிவிடும்.

மனிதர்
இதயங்கள் அவை மட்டும்
உடைந்துவிடும் நொறுங்கிவிடும்.

அட,
மனமிரண்டு மசிந்தபின்னே
குலமிரண்டு ஆனாலென்ன?

வான் தேசம் முழுக்க
ராஜ நிலா ராஜாங்கம்.

பௌர்ணமி பொழுது மட்டும்
கடலின்
எல்லை தாண்டிய ஆக்கிரமிப்பு.

அட,
அன்றைக்கு நிலா கூட
உப்பு கரிக்குமோ?

நிலவு எழில் –
இயற்கை அரசியின்
இனிய பரிசு.

கடல் எழில் –
அந்த தேவதையின்
கால் கொலுசு.

பௌர்ணமியோ....
பரிசும் கொலுசும்
இணைந்து இசைக்கும்
பேரழகு கச்சேரி.

நிலவின் களங்கத்தை
நினைப்பதில்லை கடல்.

கடலின் கண்மாசை

கண்டுகொள்வதில்லை நிலா.

அட,
நிறை குறை நிறைந்ததுதானே
நிறைவான காதல்?

பௌர்ணமி...

கவிஞர்களின்
தீபாவளித் திரு நாள்!

திங்கள் ஒரு முறை வரும்
காதலர் தினம்.

ரசிகனின் ரசனைக்கு
ருசியான பெருவிருந்து.

எந்திர வாழ்க்கையில்
கொஞ்சம்
மந்திர மகிழ்ச்சி.

பகலில் படும்பாட்டுக்கு
ஒரு
விலையற்ற விடுதலை.
மொழியற்ற அருங்கவி.

ரகசிய காதலுக்கு
ராத்திரி திருவிழா.

******

அம்மா

சில சொற்களின் பொருள்'
அகராதியில்.

அன்பு... அக்கறை...
அரவணைப்பு... பாசம்...
ஆறுதல்... பாராட்டு...
தியாகம்... நேசம்...

மொழி கடந்த
பல சொற்களின் அர்த்தம்
அம்மாவில்.

எம் உயிர் மூச்சு
அவள் இட்ட பிச்சை.

எம் வாழ்க்கை
அவள் தந்த தானம்.

பூமி மரிக்காமல்
புதுப்பிக்கும் தேவதை.

ஜீவிதத்தை
இன்பம் செய்யும்
கடவுளின் பரிசு.

விரும்பிய கலவியில்
விளைந்த முத்தோ

அன்பற்ற புணர்வில்
அவதரித்த வித்தோ

பேதமின்றிப் பொழியும்
பேரன்பு பெருமழை.

கருவில் விந்து
கலந்த பொழுது முதல்
நரைகள் நிறைந்து வாழ்வு
தளர்ந்த காலம் வரை
நாம் அவளுக்கு குழந்தை.

அம்மா....

உயிரைப் பணயம் வைத்து
நம்மை பிரசவித்த
வீரப் போராளி.

உலகை சுழல வைத்து
உயிர்ப்பை உறுதி செய்யும்
அதிசய அச்சாணி.

வாங்குவதை விடவும்
வழங்குவதே உயர்வென்று
வாழ்கின்ற வள்ளல் பெருந்தகை.

மார் நனைந்து பசியாற்றும்
பாசப் பேர் ஊற்று.

மரணத்தை தொட்டுவிட்டு
நம்மை
மலர்வித்த உயிர் காற்று.

சிவப்போ கறுப்போ
சிக்கனம் காட்டாத நேசம்.

செல்வமோ வறுமையோ
பிரித்துப் பார்க்காத பிரியம்.

பிடிமானம் இல்லாமல்
நடை பயிலச் செய்த
நம்பிக்கை கைவிரல்.

பிள்ளை சுகித்திருக்க
உழைப்பு உலக்கையில்
இடிபட்ட ஒரு உரல்.

ஆயிரம் கடவுளரும்
அவளின் அடிமை.

அம்மாவை குறை சொல்ல
ஆருக்கேது உரிமை?

எந்தக் குழந்தை அழுதாலும்
சுரக்காதோ அவள் மார்பு?

அது சரி,
அடங்காத அன்புக்கு
அவள்தானே அதிகாரி.

குறையென்று சொன்னால்
அவள்
பொய்களின் கூடாரம்.

நம்மைப் பேரழகாய்
நமப வைக்கும் கண்ணாடி.

அட,

அக்கறைப் பொய்களுக்கு
அவள்தானே முன்னோடி?

"இரவில் எனக்கு
முட்டை செரிக்காது"

முட்டையை நாம் ருசிக்க
பொய்யை செரிப்பவள்.

நாம் சொல்லும்
மொக்கை நகைச்சுவைக்கு
முகம் மலர சிரிப்பவள்.

"என்ன செய்தாலும்
நன்றாக செய்கிறாய்"

இந்தப் பொய்யும்
இவளின் உற்பத்தியே.

'உன்னைப் போல் அறிவாளி
உலகத்தில் இல்லை'

இவள் சொல்லும் பொய்களுக்கு
எண்ணிக்கை இல்லை.

சிரித்தால்
சேர்ந்து சிரிப்பவள்.

கொஞ்சம் சுணங்கினால்
நெற்றியில் கைவைத்து
“ஜுரமா?” என்பவள்.

ஜுரமே வந்துவிட்டாலோ
பதறித் துடிப்பவள்.

கடுக்காய் கஷாயம்
கருமிளகு லேகியம்
என்று பாடாய் படுத்துபவள்.

‘பசிக்கிறது’ என்றால்
பெரு விருந்து உபசரிப்பு.

‘பசியில்லை’ என்றுவிட்டால்
கைமருந்து பெருங்கசப்பு

கண்ணீரையும் காதலையும்
இவளிடம் மறைப்பது
எவர்க்கும் இயலாது.

தோற்றுப்போன பந்தயங்களின் போது

தேற்றித் தெம்பு தரும்
தெய்வீகத் தோள்.

உலகமே எதிர்த்தாலும்
உன்னுடன் துணை நிற்கும்
ஒற்றை ஆள்.

உணவுத் தட்டில் இவள்
கைவைக்கும் போது
மலங்கழித்து வைக்கும் மழலை.

உணவை ஓரங்கட்டி
குழந்தையை கவனித்தால்
அவள் பேர் அன்னை.

சிற்றெறும்பு கடிக்காமல்
சிறு தூக்கம் கலையாமல்
அக்கறையால் அரண்கட்டும்
ஆஸ்தான காவல்காரி.

பசித்த வயிறுக்கும்
சிறு காய அழுகைக்கும்
இன்னபிற சேவைகட்கும்
இவளே ஏவல்காரி.

உற்சாகம் உந்துசக்தி
சந்தோஷம் சங்கட நிவர்த்தி
எல்லாமே எல்லாமே
இவளிடம் இலவசம்.

அரசனோ ஆண்டியோ
முனிவரோ தவசியோ
தூய துறவியோ
துப்புகெட்ட பிறவியோ

அம்மாவின் முன்னே
அனைவரும் சரிசமம்.

அம்மாவின் மடி
ஆனந்த சிம்மாசனம்.

அவள் போட்ட விதை
நம் வாழ்க்கை விருட்சம்.

அவளுக்கு முன்னே
தேவதைகள் எம்மாத்திரம்?

சமயத்தில் சாமரம்
சமயத்தில் குடை
சமயத்தில் துவாலை

சமயத்தில் போர்வை
சமயத்தில் தொட்டில்
சமயத்தில் ஆடை.

அட,
அம்மாவின் முந்தானைக்குதான்
ஆயிரம் முகங்களோ?

அவளின் பெரும் லட்சியம்
பிள்ளையின் சுகங்களோ?

வரங்களை நமக்களிக்க
தேகம் இளைத்த தேவதை.

துன்பக் கடல் நாம் கடக்க
துணை செய்யும் துடுப்பு.

நாம் நினைப்பதை செயல் செய்யும்
பூமி முளைத்த கற்பக தரு.

கசப்பை விழுங்கி
இனிப்பை பரிமாறும்
அதிசய விருந்து.

நாம் அறியாமலே

நம் தூக்கம் ரசிக்கும் கலைஞி

வளர்த்து வளரவிட்டு
பார்த்திருக்கும் ஏணி.

உயிர்த்து உயிர் கொடுத்து
உலவவிட்ட தாய் நீ.

எல்லா மொழியும் பேசும்
பிழையற்ற கவிதை நீ.

எல்லாப் பிழையும் பொறுக்கும்
மொழி கடந்த கடவுள் நீ.

ஒன்றில் மட்டும் நான்
உனக்கு முந்தி.

என் குரல் நீ கேட்கும் முன்பே
உன் குரல் நான் கேட்டேன்.

அக்குரல் அன்பிலேதான் நான்
அழுதுகொண்டே பூமி தொட்டேன்.

நீ தந்த பேச்சு
நீ தந்த மூச்சு

எமதென்று எதுவுமில்லை.

நீ தந்த உணவு
நீ தந்த உயிர்
உனதன்றி எமதில்லை.

யாம் பார்த்த முதல் முகம்
கை சேர்த்த முதல் சினேகிதி
கன்னம் தொட்ட முதல் முத்தம்

அப்பாவே உனக்கு அஞ்சுவார்.
ஆனாலும் சொல்லுவாய்
"அப்பா திட்டுவார்".

உன் போல் ஓரன்பை
யாரோ கொட்டுவார்?

உறவுகள் ஆயிரம்
நீயே ஆதாரம்.

நீ தந்த உணவு
உன் உதிரம்.

நீ தந்த உணர்வு
மனதின் மலர்வு.

உறுதுன்பம் ஆயிரம்
நீயே ஆதரவு.

இன்பத்தின் நிழல்
துன்பத்தின் வடிகட்டி

அவளுக்கு மட்டும் நாம்
எப்போதும் படுசுட்டி.

சொக்கத் தங்கமோ
சோரம் போனவளோ
தாய்க்கு நிகர் யாருமில்லை
அவள்
அன்புக்கிணை ஏதுமில்லை.

அம்மாவை உச்சரிக்க
தொண்டையில் கற்கண்டு.

அம்மாவை எழுதி வைக்க
களையற்ற வரிகளும் கவிதை.

பேறு காலம் அத்வைதம்.
பிறந்த பின்னும் த்வைதம்
மொத்தத்தில் அம்மா
முழுப்பொருள் வேதம்.

நிலவணைத்து மேகம் தூங்க
சிசு அணைத்து இவளும் தூங்க
விழித்துக் கிடக்கும் தாயின் பாசம்
விந்தையிலும் விந்தை அன்னை நேசம்.

அரவணைக்க கைகள் கொண்டாள்.
ஆண்டவனை அன்பில் வென்றாள்.

கொஞ்சும் மழலையின்
குறுகுறுத்த பரிபாஷை
அம்மாவுக்கு மட்டுமே
புரிகிற அந்தாதி.

சிறு குழந்தை துயில்கொள்ள
அவளிசைத்த தாலாட்டு
அகிலத்தை மௌனம் செய்யும்
விந்தைக் கச்சேரி.

அம்மாவை மதியார்க்கு
ஆயுள் குறைவு.

அவளை துதியார்க்கு
ஆண்டவன் வெகு தூரம்.

******

மழை

நிலம் ஊறப் பெய்யும் மழை
உழுபவர்க்கு ஆனந்தம்.

வேர் பிடிக்க பெய்த மழை
விதைத்தவரின் பேரின்பம்.

நடவப்ப நனைக்கும் மழை
நாற்றுகளின் உயிர் வளர்க்கும்.

அந்தியிலே பொழியும் மழை
காதலர்க்கு பெரிய சுகம்
கவிஞர்க்கு கவிதை வரம்.

மந்தையிலே விழுந்த மழை
மாட்டுக்கு மணக்குளியல்.
பாட்டுக்கு சுர நாதம்.

விந்தைதான் இந்த மழை
வித்தை பல புரிந்த மழை.

மேகங்கள் துண்டாக

மின்னல் வெட்டுதே.

மோகங்கள் உண்டாக
ஜன்னலில் கொட்டுதே.

மழைச் சாவி கொண்டு வான்
மனக் கதவை திறந்து வைக்க
கனவுகளின் சிறகுகளின்
சொட்ட சொட்ட சுக ஈரம்.

மனிதர்களின் முதுகுகளில்
கொஞ்சம்
குறைந்துவிட்ட பெரும் பாரம்.

மழைச் சேறு மண் சகதி
மழலையர்க்கு மைதானம்.

மண்ணுக்கு விண் ஈந்த
நன்கொடையோ மழை தானம்?

அவள் நனைய அவன் ரசிக்க
வைத்ததுவே வான் மேகம்.

இன்பத்தை தூவி விடும்
மழையிருக்க ஏன் சோகம்?

துன்பத்தை தூறித் துரத்திவிட்டு
இன்பத்தை இறக்குமதி செய்கிறது
மழை.

மழை....

நேசிக்கும் இதயங்களை
நெருங்க வைக்கும் நீர்ப்பாலம்.

குழந்தைகள் ஏறிச் செல்லும்
காகிதக் கப்பல்.

விரித்த குடை கொஞ்சம்
மடங்கட்டும்.

மரித்த மனம் கொஞ்சம்
மலரட்டும்.

நன்றி மழையே
அவளின்
அழகுக்கு அழகு சேர்த்தாய்.

நன்றி மழையே
அவனின்
கவிதைக்குள் அர்த்தம் சேர்த்தாய்.

இலை நனைய பூ நனைய
சொறிந்த மழை – அதைவிடவும்
வேர் நனைய வந்த மழை
விருதுக்கு உரியதல்லோ?

பூமியை அழகு செய்யும்
பச்சை ஒப்பனை.

எழுத்தை எழிலாக்கும்
இனிதான கற்பனை.

மழையால்
மண்ணிலும் ஈரம்
மனதிலும் ஈரம்.

மழை கண்ட மலர்
மடல் விரித்ததுவோ?

மலர் கண்டு மழை
அதை நனைத்ததுவோ?

இள இலை அழகினை
மழை வந்து ருசிக்குதே.

இளமையின் நினைவினில்

மனசுக்கும் பசிக்குதே.

காற்றுக்கு குளிர் ஊட்டுதே
மழையே.

பாட்டுக்கு சுதி கூட்டுதே
மழையே.

கார்கால மாலையில்
கண் அசரும் வேளையில்
பெய்யும் மழை பேரின்பமே.

வான் மழை வாசலில்
வந்தொழுகும் போதினில்
சிந்துகிற சந்தம் போல்
ஏதுமிலை வேறின்பமே.

உடல் நனைய பொழியுதா
உயிர் கரைய வழியுதா

பெய்யும் மழை ஏதுக்கு?
அதை
துய்க்க பதில் ஏதுக்கு?

கொம்பு இலை ஆயினும்

முட்டுதே மேகங்கள்.

கொடி மலர் குளித்திட
கொட்டுதே தாரைகள்.

வாழை இலை கழுவிவிடும்
வான் மழையை கேட்கிறேன்
இலை கழுவல் போதுமா
விருந்து பரிமாறம்மா.

ஓஹோ அது புரிந்தது
நீதானே விருந்தது.

அமில மழை பெய்கிறதாம்
அக்கம் பக்கத்து கோள்களில்.

பூமிக்கு
அமுத மழை அனுப்பி வைத்தாய்
ஆகாயமே நன்றிகள்.

சரியான வேகத்தில்
சரம் சரமாய் நீர்த் துளிகள்.

கொஞ்சம்
விரைவாய் விழுந்துவிட்டால்

தலை ரெண்டாய் பிளந்திடுமாம்.

வேகம் சரியாக வைத்தது யார்
ஆண்டவனோ?
விதிகள் பல சொல்லும்
அறிவியலோ?

இறைவனோ இயற்கையோ
இந்தா எம் நன்றிகள்.
இத்மான மழையே.
பதமான மழையே.

மழை...

மண்ணைக் கழுவி துடைத்த
மகராசி.

மலர் மனம்
இரண்டையும் குளிப்பாட்டும்
இரக்கமுள்ள செவிலி.

செடி கொடி
இலை கிளை
எல்லாம் உயிர்ப்பிக்கும்
தாவரங்களின் தாய்.

குளம் குட்டை
ஏரி ஆறு
எல்லாம் நிரப்புகிறது
இன்னமுத ஊற்று.

சிந்த சிந்த
பொழியப் பொழிய
சில்லென்றாகிவிடும்
வெந்த காற்று.

தரைக்கு வானம்
அனுப்பி வைக்கும்
மழை அழைப்பிதழ்
எந்த விழாவுக்கோ?

அட,
அழைப்பிதழே விழாவோச்சோ?
தூததுவே சேதியாச்சோ?

ஆகாயம் பூமி இடை
நீராடை நெய்கிறதோ
இயற்கை?

மழை வெயில் திருமணத்தில்

வானவில் தோரணம்.

பூமியின் வசந்தங்களுக்கு
மாமழையே காரணம்.

வண்ண மழை கூட
சமயத்தில் பெய்வதுண்டாம்.

என்ன நிறமானால் என்ன சொல்லுங்கள்
மழை மழைதானே
மனிதர் மனிதர்தானே.

பூமிக்கு ஒரு வாசம்
இருக்கிறது.

மழை வந்தால்தான் அது
புரிகிறது.

உறவை நடுவிலேயே
முறித்துக்கொண்ட காதலி போல்
சமயத்தில் மழை
வருகிற வழியிலேயே
ஆவியாகி விடுகிறதாம்.

இறுக்கம் தளர்விக்க எங்கே கற்றதோ

இந்தச் சிறு மழை.

ஏர் குறுக்கம் மகிழ்விக்க
வந்து சிந்துதோ
இந்த ஓர் மழை?

ஆனந்த ராகம் இசைக்கும்
ஆகாயம் அளந்த மழை.

சில சமயம்
முகாரியில் மூழ்கிவிடுகிறது.

மாட மாளிகைகளை
அப்படியே விட்டு விட்டு
ஓலைக் குடிசைகளை
அடியோடு சாய்க்கிறது.

நெல்லறுக்க முடியாமல்
நிரம்பிக் மிதக்கிறது.

வச்ச வாழையெல்லாம்
சாஞ்சு கிடக்கிறது.

கட்டி வச்ச விதைக் கடலை
முட்டி முளைவிட்டு

முகம் காட்டி இளிக்கிறது.

நடவு பாழாகி
நாற்றாங்கால் மிதக்கிறது.

மதகுடஞ்சு போயிடுமோ
கிலி பிடிக்க வச்ச
கிராமத்து பெருமழை,
நகரத்து சாலைகளை
நரகம் என செய்கிறது

புது மழையோ புயல் மழையோ
மரம் இருக்கும் வரைக்கும்தான்
மண் மீது மழைக்கும்.

வனம் இருக்கும் வரைக்கும்தான்
வான் மேகம் பொழியும்.

வெட்டி சாய்க்காம
விதைய விதைச்சு வைப்போம்.

பேரப் பிள்ளைகளுக்கு
பெருமழையை மிச்சம் வைப்போம்.

******

ஒளிப்பந்து

கிளிகளும் குயில்களும்
உனைக் கண்டு விழித்தனவா?

இல்லை
குயில்களின் கிளிகளின்
குரல் உன்னை எழுப்பியதா?

இல்லை,
யார் முதலில் கண் விழிப்பது
எனும் இயற்கையின் பந்தயமா
இந்த விடி காலைப் பொழுது?

ஆகாயத்தில் ஆட்சி மாற்றம்.

இருள் நடத்திய ராத்திரி ராஜாங்கம்
அதை ஒழித்துக் கட்டிவிட்டு
கதிரவனின் அரசாட்சி.

கறுப்பு பொதி சுமந்து
கண் மூடிக் கிடந்த வானம்
வெளிச்சம் விழித்தெழ

வெளுத்துச் சிறந்தது.
விடிகாலைக் கண் திறந்தது.

துயில் கொண்ட உலகம்
உயிர் கொண்டு எழும்ப
உத்திதது சூரியன்.

கோடி கோடி விண்மீன்கள்
குடியிருக்கும் வான் வெளியில்
பூமி மேல் காதல் கொண்ட
நட்சத்திர நாயகன்.

அகிலத்தின் அருகிருக்கும்
அக்கினிப் பந்து.

அருகென்றா சொன்னேன்
அது 150 மில்லியன் கிலோமீட்டர் அல்லோ?

மத்தியில் கிடக்கும் அணுக்களின்
வெறிகொண்ட சேர்க்கை
அதில் பிறந்த ஆற்றல தீ.

அதில் உயிர்த்தது அன்னை பூமி.

ஒளிரேகை கைகாட்டி

உலகணைத்த உன்மத்தன்.

விதை முளைக்கும் வீரியத்தை
வீசித் தள்ளும் மண் பித்தன்.

நீர் குடித்து நீர் குடித்து
வேர் பிடித்தச் செடிகளை
விருட்சங்கள் செய்த
விண்வெளி வித்தகன்.

இலைகளின் பச்சயத்தை
வெதுவெதுப்பாய் தடவி
பூ மலர் காய் கனியாய்
செய்து தந்த
தாவர் சினேகிதன்
ஒளிச் சேர்க்கை மன்மதன்.

இவன் செய்த மாயம்
பூமியில் உயிர்ப்பு.

இவன் செய்யும் தானம்
உலகத்தில் வெளிச்சம்.

வயது 5 பில்லியன் ஆண்டுகள்...

அளவில் 110 பூமிகள்....

ஆற்றல்....
ஒரு மணி நேர கதிரவன் கதிர்
உலகத்தின் ஒரு வருட சக்தி பூர்த்தி.

எலும்பு மூளை
மொத்தத்தில் ஆளை
நலமுடன் காக்கும்
இலவச மருத்துவர்.

காலைப் பொழுதுக்கு
கட்டியம் கூறும்
இவன் கதிர்க் கரங்கள்.

இவன் திசை தேடி
கிளைகளை நீட்டும்
நெளிந்த மரங்கள்.

சூரியன்....

அதிகாலை ஆகாயத்தை
அழகாய் அலங்கரிக்கும்
ஒப்பனைக் கலைஞன்.

வெள்ளைத் தாள்களை
வெறித்துக் கிடக்கும்
கவிஞர் விழிகளின்
கற்பனை ஊற்று.

மனிதர் மனதின்
பிரத்யேகப் பிரதேசங்களின்
அழுத்தம் அழிக்கும்
சோக நிவாரணி.

உயிர்ச் சத்து இலவசம்.
ஊட்டச் சத்தும் இலவசம்.

கடையெழு வள்ளலோடு
கதிரவனும் ஒரு வள்ளல்.

சூரிய சக்தி
சுத்தமான சக்தி.

செலவே வைக்காத
சிக்கன சக்தி.

நாளின் இயக்கத்தை
தொடங்கி வைக்கும்
இயற்கை என்ஜின்.

நலிந்த உள்ளங்களில்
விடியல் விதைக்கும்
நம்பிக்கை உழவன்.

இரவு பூட்டி வைத்த
இரகசியங்கள் உடைக்கும்
பகலின் சாவி.

இவனின் வருகை கண்டு
ஆகாயம் அணிந்து கொள்ளும்
அவசரக் காவி.

நிலவையும் விண்மீனையும்
சோளப் பொரியெனத் தின்றவன்.
இருட்டோடு போர் செய்து
எளிதில் வென்றவன்.

அறிவியல் சிலருக்கு
ஆண்டவன் பலருக்கு

ஆயுள் 5 பில்லியன் வருஷம்
மிச்சமிருக்கு.

அதற்குப் பின் பூமி
அவ்வளவுதானா? –

அச்சமுமிருக்கு.

தாமரை மொட்டு தொட்டு
மலர்விக்கும் மன்மதன்,

கடல் நீரில் பட்டு பட்டு
ஜொலித்திடும் ரத்தினம்.

பகலைத் தொடங்கி வைக்கும்
வரவேற்புரை.

கதிர் பட்டதும் விழித்துக் கொள்ளும்
வீட்டின் வரவேற்பறை.

தினம் புது
பூமி செய்யும் மாயாவி.

திகட்டத் திகட்ட
வெளிச்சம் புகட்டும் தாயாகி.

அட,
அக்கினிக் குழம்பிலும்
அன்னையின் அம்சமோ?

அது சரி,

நெருப்பு பந்திதை
கொளுத்திப் போட்டதார்
வெளுத்து வாங்குகிறது?

பூமியை மட்டுமல்ல
புத்தியையும் சுத்திகரிக்கும்
நெருப்பின் குழந்தை.

இருட்டின் எதிரி.

தூய்மையின் உறவினன்.
சூழலின் நண்பன்
சுயத்துடன் ஜொலிக்கும் அன்பன்.

சோர்ந்த கண்களுக்கு
சுறுசுறுப்பை பரிசளிக்கும்

மூளையின் சுரப்பிகளை
முடுக்கிவிடும்

அங்கே,
ஜன்னல் இடுக்கில் விழுவதென்ன
இன்றைய தினத்துக்கான
பிள்ளையார் சுழியா?

வான தேசத்தில்
பகல் முழுக்கப் பயணிக்கும்
யாத்ரீகன்.

மாலை வந்ததும்
மங்கி மசமசத்து
சயனிக்கும் சாசுவதன்,

அலுக்காமல் சலிக்காமல்
அசராமல் கொள்ளாமல்
அன்றாடம் உழைக்கும்
ஆகாய உழைப்பாளி

விண்ணிலும் மண்ணிலும்
விரும்பி தொழில் செய்யும்
வெளிச்ச முதலாளி.

சுடச் சுடச் சூரியன்
காலையின் உற்சாக டானிக்.

சுட்டெரிக்கும் சூரியன்
மத்தியான நேரத்து
வெயில் விருந்து.

அந்தியில் ஆதவன்

எழில் தீட்டும் ஓவியன்.
அடுத்து வரும் இரவுக்கு
அழைப்பிதழ் ஏவியன்

மொத்ததில் முப்போகம்
வானத்தில் பயிர் செய்யும்
ஒளி உழவன்.

கடல் நீரை வாரி
மழையாய் இறைப்பவன்

உழைப்பவர் உடல் நீராக
வியர்வையில்
உப்பாக கரிப்பவன்.

பாசம்கொண்ட பாவலரின்
பாட்டினில் இனிப்பவன்.

முற்பகல் தாகமும்
பிற்பகல் மோகமும்
இவன் பெற்ற பிள்ளைகள்.

அட,
அறிவியல் ஆளும் இந்த
அதிசய காலத்தில்

ஆணென்ன பெண்ணென்ன
பிள்ளைகள் பெற்றுக்கொள்ள?

பகலவா
உன் ஒளிகிரணங்களை உண்ணாவிட்டால்
பட்டினி கிடந்தல்லோ
சாகும் பாருலகு?

கதிரவா,
உன் கற்றைக் கதிர்களுடன்
கைகுலுக்காவிட்டால்
நிலவுக்கு ஏது அந்த
ராத்திரி வெளிச்சம்?

ஆதவா,
அக்னிக் குழம்பால் செய்த
ஆணழகா

பேரண்டம் பிரசவித்த துண்டுப்
பேரழகா

குண்டு மிளகாய் கொஞ்சம்
கூடத் தின்றாயோ?

இப்படி எரிகிறாய்?

இப்படி எரிக்கிறாய்?

பல்லாயிரம் கோடி கோடி
அணுக்கள் எரித்து

நூறாயிரம் கோடி கோடி
மைல்களுக்கு அப்பால்
அள்ளி வீசுகிறாய் ஆற்றலை.

அது இலை எனில்
ஏது உயிரின் காற்றலை?

கதிரவனைக் கூட
கட்டிப்போட்டு விடும்
கர்வ மேகங்கள்.

மனிதரை என்ன
விட்டா விடும்?

தொட்டால் சுடும் பாலபாடம்.

தொடாமல் விட்டாலும்
வந்து தொட்டு சுடும்
உச்சி நேர
உக்கிரச் சூரியன்.

வீதி வீதியாய் பயணிக்கும்
வீடு வீடாய் சென்று நிற்கும்
விற்பனைப் பிரதிநிதிகளின்
வியர்வையில் வழிகிறாய்.

கற்பனைக் கவிதைகளில்
கருத்தாய் நிறைகிறாய்.

நீ தீண்டா பிரதேசங்கள்
நிலத்தில் மிகக் குறைவு.

உன் தீ தீண்டா தெருக்களில்
சுகாதாரம் குறைவு

செல்வமும் செல்வாக்கும்
சேர்ந்திழைத்த மாளிகையோ

சேறும் சகதியும்
சங்கமிக்கும் சாக்கடையோ

உன் ஒய்யாரக் கிரணங்களை
ஒன்றாகத்தான் வீசுகிறாய்
பொதுவுடமை பேசுகிறாய்.

கண்ணைத் தட்டி நீ எழுப்பாவிட்டால்

ஜன்னல் முட்டி நீ நுழையாவிட்டால்
திரைச் சீலை தாண்டி நீ தெரியாவிட்டால்
பகலில் விளக்கை நீ எரிக்காவிட்டால்
உறக்கத்தில் மனிதன்
உழன்றல்லோ அழிவான்?

உன் ஈர்ப்பு விசையும்
தன் ஈர்ப்பு விசையும்
ஒன்றை ஒன்று சரிகட்ட
உதிராமல் உலகம்
ஒழுங்காக உருள்கிறது

எம் வாழ்க்கைச் சக்கரமும்
இயக்கம் சாகாமல்
உயிர்ப்போடு சுழல்கிறது

உன் ஆயுள் நீளும் வரையே
மானுடத்தின் ஆயுள்

நீ மரித்த பிறகு
ஏது மானுடத்தின் வாழ்வு?

உன் ஒளி ரேகை எழுதியதே
உலகத்தின் தலையெழுத்து

காலையின் முதலெழுத்தாக
கண்களில் உதிப்பவனே

நாளொரு மேனியும்
பொழுதொரு வண்ணமும்
ஆக விரிகிறது வானத்துப் பிரபஞ்சம்.

சேர்ந்து விரிகிறது சூரியப் பந்து.

வளர்தலும் விரிதலும்
வளர்த்தலும் வாழ்தலும்
நமக்கு சொல்லித் தர,

நாளையும் வந்து சேரும்
காலையில் கதிரவன்.

******

கொரோனா

பிணங்களைப் பரிசளித்து
நம்
குணங்களை கொன்றுவிட்ட
கொரோனா கொடிதுதான்.

எனினும்,
நம்பிக்கையை நசுக்க முடியாது
இந்த
நஞ்சுண்ட நுண்ணுரியால்.

அஞ்சாதே.

பல நூறு பல்லாயிரம்
யுகம் கண்ட மனித இனம்
சுலபத்தில் அழியாது
சத்தியம்.

என்ன,
மானுடத்தின் சல்லிவேர்களை
கொன்றுபோடும் கொரோனா
மனிதத்தின் ஆணிவேரையும்
தின்றுவிட முனைகிறது.

கைகுலுக்குவதை கழற்றிவிட்டு
கையுறைகளை மாட்டிக்கொண்டோம்.

அகத்தின் அழகு காட்டும்
முகத்தை மூடிவிட்டோம்

முகமூடி அதைப் போட்டு.

அருகாமை தொலைந்து
நெருங்காமை நீள்கிறது.

மதகுடைந்த வெள்ளமென
மக்களின் மரணம்.

மழலைக்கும் சம்பவிக்கிறது
கட்டக்கடைசி சரணம்.

கைபேசி கணினி
வாழ்க்கை அதுதானா இனி இனி?

ஏரியில் வீடுகட்டி
மாரியை வீணடித்தோம்.
மரங்களை வெட்டி வெட்டி
மீதியை காணடித்தோம்.

குழந்தைகள் விளையாட
மைதானம் ஏங்குது
எதையும்
கொண்டாட வழியின்றி
உலகமே தூங்குது.

தாய்ப்பால் கூட தப்பிக்கவில்லை
இந்த
நோய்சார் கிருமியிடம்.

சடலங்கள் அதிகம்
சவப்பெட்டி போதவில்லை.
குழிவெட்ட நேரமில்லை.

உயிரைத் தின்றுவிட்டு
உடலைக் குப்பையில் கொட்டுகிறான்
அரக்கன் கொரோனா.

ஒரே குழியில்
ஒரு டஜன் பிணங்கள்.

கொரோனா புண்ணியத்தில்
மனிதனும் செத்தான்.
மனிதமும் செத்தது.

மரணித்த தந்தையின்
முகம் பார்த்து அழுதுவிட
மக்கட்கு உரிமையில்லை.

உயிர் அது போனபின்னே
உடல் தொட்டு கதறிவிட
உறவுகட்கும் வழியில்லை.

மரித்தவர் கோடி
மாண்டவர் கோடி
மருந்தெப்போ வருமோ
மனிதரைத் தேடி.

நல்லோரும் உள்ளாரும்
இல்லாரும் எல்லாரும்
யாராக இருந்தாலும்
தப்பிக்க வழியில்லை.

உயிர்க்கொல்லி கிருமி தந்த
துயர் சொல்ல மொழியில்லை.

நேற்றிருந்தோம்
இன்றுள்ளோம்
நாளை?

அட,
நோயைத் தருகின்ற
தீயக் கிருமியால்
இப்போ அனைவருமே ஞானி.

சிதையும் எரிகிறது
தப்பியவர்
சிறகையும் எரிக்கிறது தீக்கிருமி.

வீட்டிற்கு வேலி
வீதிக்கும் வேலி.

அட,
உயிருக்கு மட்டும் ஏதப்பா வேலி?

மாண்டவர்க்கு மரணம் ஒரு முறை
தப்பியவர்க்கு மரணம் தவணை முறை.

நேற்றிருந்தார் இன்றில்லை
திருக்குறளின் முழுப்பொருளும்
தெளிவாகப் புரியுதப்பா.

அய்யகோ மனிதர் ஆயுள்
இங்கே
மலிவாகப் போனதப்பா.

கழுவிக் கழுவிக்
காணாமலே போய்விட்டன

கைகளின் ரேகைகள்.

சுத்திகரிப்பு திரவத்தில் மூழ்கி
வீங்கிவிட்டன விரல்கள்.

நோயால் பாதி பீதியால் மீதி
பேரிழவு பெருந்துயரம்
பீதியில் நெஞ்சுறையும்.

என்ன உண்ணுகிறோம்
எப்படி வாழ்கிறோம் –
மறுபரிசீலனை செய்யச்சொல்லும்
மரணத்தின் சுற்றறிக்கை.

இப்படியே போனால்
இருக்காது மனித இனம் –
இயற்கையின் எச்சரிக்கை.

ஒன்று மட்டும் உண்மை
இதயத்தால் இந் நோய்
ஒன்றாக்கியது நம்மை.

ஒன்றாக அஞ்சுகிறோம்
ஒன்றாக் அழுகிறோம்.

அதை மாற்றி,
ஒன்றாக எதிர்கொள்வோம்
ஒன்றாக துயர்வெல்வோம்.

அஞ்சுபவரை நோய்
அணுகிறதாம் எளிதாக.
அஞ்சாமை பழகிடுவோம்.

அஞ்சாதார் அருகே
அண்டாதாம். அந் நோய்க்கு
அச்சத்தை பலியிடுவோம்.

உயிரைக் காக்குமா ஊரடங்கு?
உலகமே ஆச்சு
சவங்களின் பெருங்கிடங்கு.

நோய் –
பயத்தின் பக்கவிளைவு.
வென்றால் வராது துக்கவிளைவு.

இதுபோதும் இது போதும் இயற்கையே.
இனிமேலும் தாங்காது பூமியே.

இப்போதாவது,
தூசுதட்டப்படுமா புத்தக அலமாரிகள்?

விசைப்பலகை தொடாமல்
எழுத விழையுமா விரல்கள்?

நேரம் கிடைக்குமா பெற்றவருக்குப்
பிள்ளைகளுடன் பேச?

மனசு விரும்புமா
மரங்களைப் பேண?

ஏரி குளம் தூர்வார்க்க
அரசு முனையுமா?

தனிமனித் ஒழுக்கம்
தவறில்லாப் பழக்கம் பெருகுமா?

அன்பு அடுத்தவர்க்காக உருகுமா?

இறந்தவர் எத்தனை
இறக்கப்போகிறவர் எத்தனை?
இதுவே தலைப்புச் செய்தி.

எண்களில் அழிந்தது
உயிர்களின் மரியாதை.
எச்ச சொச்ச மிச்சமும்
ஒழிந்தது குழிகளில்.

உலகத்தியே விழுங்கிவிட
வாய் பிளக்கிறது கொரோனா.

புரள்கிறது இயற்கை
மிரள்கிறது உலகம்.

கொரோனா புண்ணியத்தில்
அனைவருமே படிதாண்டா பத்தினிகள்.
ஆண்களும்கூட பத்தன்களே!

வீட்டிற்குள் சிறைகிடந்தாலும்
விஷக்காற்று உள் நுழைந்து
விசாரிக்கவே செய்கிறது.

தயவு தாட்சண்யம் ஏதுமின்றி
தலையையே கொய்கிறது.

காற்றை மாசாக்கினோம் – சுவாசம் நாசம்.
கடலை அழுக்காக்கினோம் – வாழ்க்கை பாழ்.

இருக்கவேண்டும் தள்ளி

இல்லையேல் கொள்ளி.

கொரோனா எடுக்கிறது பாடம்
ஏதுமின்றி பள்ளி.

போகட்டும் எல்லாம்
போய்விடும் இதுவும்.

அச்சத்தைப் புதைத்துவிட்டு
அன்பை விதைத்துவைப்போம்.
அதைமட்டும்,
எந்தக் கொரோனாவும்
எதுவும் செய்ய முடியாது.

கண்ணுக்குத் தெரியாத
நுண்ணுயிரி அதற்காக
கழற்றிவைக்கலாமா நம்பிக்கையை?

வந்தாலென்ன வைரஸ் கொரோனா?

வாருங்கள்
வாழலாம் வாழ்வை.

சேருங்கள்,
வெல்லுவோம் விதியின் மிரட்டலை.

எந்த வைரஸாலும்
அழிக்க முடியாதது ஒன்றுளது

அன்பு! நம்பு!

******

Thank you for Reading.

ஆசிரியர் குறிப்பு

கல்பனா சன்யாசி – வாசிப்புக்கு நெருக்கமானவர். எழுத்துக்குப் புதியவர். எளிமையே இவர் எழுத்தின் வலிமை. இவரின் கவிதைகளில் தெரிவது கவிஞரின் புலமையை விடவும் வாசகரின் ரசனையே. சுவாரசியம் ததும்பும் இந்தக் கவிதைத் தொகுப்பு, வாசிப்பவருக்கு நிச்சயம் ஒரு ரசனை மிக்க, சுவாரஸ்யமான வாசிப்பு அனுபவத்தை அளிக்கும்.

ஆசிரியர் தொடர்புக்கு: kalpana.sanyasi@gmail.com